திரவியின் குழலி

ஆ.சத்யா MA , Mphil (Tamil)

(தமிழ்துறை உதவிப் பேராசிரியை)

திரவியின் குழலி

கவிதை தொகுப்பு

ஆசிரியர் : ஆ.சத்யா 2022 ©

முதல் பதிப்பு : அக்டோபர் 2022

வெளியீடு : ஏலே பதிப்பகம்

5/175, பாத்திமா நகர், கூத்தென்குழி,

திருநெல்வேலி - 627104

தொடர்புக்கு : +91 9944992571

Thiraviein kulali

Kavithai thokuppu

First Edition : October 2022

ISBN : 978-93-5533-634-7

Aelay Publish

Contact : +91 9944992571

Designed by : Aelay publish team

கருத்துரை

எழுத்தாளர்களின் எழுதுகோலை காட்டிலும் ஆகச் சிறந்த சக்தியாய் நான் எப்போதும் கருதும் எனதன்பிற்குரிய வாசகர்களே பணிவான மனமகிழ் வணக்கங்கள்.

பொதுவாகவே கவி நேசர்களையும் தமிழ் நேசர்களையும் இப்போதெல்லாம் அதிகம் பிடித்துப் போகிறது. அந்த வரிசையில் எழுத்தாளர் கல்லூரிப் பேராசிரியர் மற்றும் மதிப்பிற்குரிய நண்பர் சத்யா அவர்களின் இந்த திரவியின் குழலிக்கு என் மனமார்ந்த வாழ்த்துக்களும் பாராட்டுக்களும்.

இங்கு பலவகை கவிதைகள் அல்லது உரைநடைக் கவிதைகள் என்பதைத் தாண்டி உள்ளத்தில் இருக்கும் ஓர் அருவியின் பாய்ச்சல் இங்கு ஒவ்வொரு பக்கங்களாய் பாய்ந்துக் கொண்டிருக்கிறது எனலாம். சொல்லப் போனால் அனுபவங்களை வரிகளாக்கி உரைநடைக் கவி வடிவில் உருக்கமான பதிவுகளை இங்கே எழுத்தாணியின் கூர்முனையில் படைத்திருக்கிறார்.

காகிதத்தின் மேல் கூர்முனையின் காதலையும் ஆங்காங்கே காமம் என்ற சொல் எவ்வளவு தூரம் பெண்ணின் வாழ்வில் அழுத்தம் அளிக்கிறது என்பன போன்ற பலவகை உண்மைகளை இங்கே அழகாக பதிவிட்டுள்ளார்.

முதல் பக்கத்திற்கும் முப்பதாம் பக்கத்தை தாண்டும் போது கிடைக்கும் ஒர் உணர்வு நிச்சயமாக மாறுபடும்.

எழுத்துலகில் காலடி எடுத்து வைத்துள்ளார். நிச்சயமாக இவரின் அனுபவங்களை அடுத்தடுத்த புத்தகங்களில் படிக்க உங்களைப் போல் நானும் ஆவலாய் உள்ளேன்.

திரவியின் குழலி ஒர் மலை அருவி

வாழ்த்துக்களுடன்
இவன்
சாரல் துளிகளின் சன்னல் காதலன்
கவிஞர் கோகுல் காளியப்பன்

படைத்தவள் எழுதுகிறேன்

திரவியத்தின் அச்சில் சுழன்று சுழன்று அதன்
மையத்திலேயே அடங்கிவிடும் குழலி
நான்....

குழலியாகிய நான் என் கற்பனைக்காகவும்
காதலுக்காகவும் படைக்கின்ற படைப்பு இது.

இத்தொகுப்பில் உள்ள அனைத்து
கவிதைகளும் என் உணர்வு சார்ந்தது என்
விருப்பம் சார்ந்தது...

என் காதல் சார்ந்தது...

காதல் ஒரு பாதி,, காமம் மறு பாதி என்று
ஒவ்வொரு வார்த்தைகளையும் பார்த்து
பார்த்து ஒரு சிற்பியானவன் சிலையை
செதுக்குவதைப் போல என் கவிதைகளை
படைத்திருக்கிறேன் இல்லை
விதைத்திருக்கிறேன்..

பல வரிகள் என்னை ஆர்ப்பரித்தன...

பல வார்த்தைகள் என்னை யோசிக்க
வைத்தன..

சில வரிகள் என்னை சிறைபடுத்தியது..

அந்த உணர்வுகளை உங்களோடு பகிரவே
இத்தொகுப்பு...

இரவு நேர ஜாமத்திலும் விடியற்காலையின்
குளிரிலும்,,பனித்துளி படரும் வேளையில்,,,

என் காதல் தொடங்குவதாய் ஒவ்வொரு
நொடியும் வாழ்ந்து,,,, ஒவ்வொரு
வார்த்தையிலும் என் உணர்வு
கலந்திருக்கிறது,,,...

நான் ஆர்ப்பரித்த தருணங்கள்,,
நான் கண் கலங்கிய நிமிடங்கள்,,

என் தனிமை,,
என் பயணம்,,

என் காதல்,,

என் முற்றுப்புள்ளி,,

என நானும் என் பேனாவும் காகிதமும் ஒரு
குவளைத் தேனீருமாய் சேர்ந்து இத்
தொகுப்பினை உங்களுக்காக
படைத்திருக்கிறோம்,,

திரவியின் குழலியாகிய நான்..

நன்றியுரை

நீ உயிரா?
மனமா?
கற்பனையா?
கவிதையா?
காட்சியா?
வார்த்தையா?
ஓவியமா?
இல்லை என் கூர்முனையா?

என் எல்லாமுமாய் நீ
*பிரியா*என்னுள் ஆட்சி செய்யும்
பேரன்பு.

ஐந்து வருடம் முடிந்து ஆறாவது
வருடத்தில் அடி எடுத்து
வைத்திருக்கிறோம்... என்
பேரன்புமிக்கவள் தோழியாக வலம்
வந்து

தாயாக மாறி ஒவ்வொரு நொடியும்
என்னை பார்த்து பார்த்து செதுக்கும்
சிற்பியானவள்..

என் ஒவ்வொரு எழுத்திற்கும்
அடித்தளமிட்டவள்..

வார்த்தைகளால் வர்ணிக்க முடியாத
ஓர் அகராதி நீ...

என் காதல் உனக்காக.......

வளர்கிறவள் நான் என்றால் என்னை
வளர்ப்பவள் நீ....

**இந்த புத்தகத்தை உனக்கே
சமர்ப்பிக்கிறேன்.....**

உள்ளடக்கம்

தனிமை 🖤

முதல் முறை இந்த தனிமை என்னை
ஆர்ப்பரிக்கிறது என்னை எனக்கே
அறிமுகம் செய்கிறது...

எனக்குள்ளேயே ஓடி ஒளிந்துகொண்டு
கண்ணாமூச்சி ஆடுகிறது...
ஆரவாரம் செய்கிறது.....

நான்கு சுவற்றுக்குள் என்னை தாலிட்டு
வைத்திருக்கிறது...

என் குவளை தேனீரும் இந்த நொடி
சுவைக்க படாமலே கிட க்கிறது...

என் காகிதம் வெள்ளையாவே,,, என்
பேனாவின் மையும் அப்படியே
என்னை சுற்றிய புத்தங்களின்
நடுவில்,,, ஏன் இந்த தனிமை என்று
என்னை இப்படி ஒரு ஆனந்த
நிலைக்குள் ஆழ்த்தி இருக்கிறது
என்றுதான் தெரியவில்லை...

ரகசியமாய் புன்னகைத்தால் பொருள் என்னவோ?? 🖤

அவள் ஒரு தமிழ்ப் பேராசிரியை என்ற
கர்வம் அவளுக்கு வந்ததே இல்லை
காரணம் சற்று தினங்களுக்கு முன்பு
வரை அவளின் பாதை வேறு ஒரு
பணியை நோக்கி சென்று
கொண்டிருந்தது 100 சதவீத உழைப்பை
போட்டு அவள் தனக்கு பிடித்தமான
பணிக்காக அரும்பாடு பட்டுக்
கொண்டிருந்தாள்...

எதிர்பாராத விதமாய் அவளின்
பணியில் தோல்வியை கண்டு
விட்டாள்...

ஊரெங்கும் புயல் மழை,, ஆளையே
அடித்துக் கொண்டு செல்வதைப்
போல வெள்ளப்பெருக்கு,,
ஆம் இவை யாவும் அவள் மனதில்..

இந்த வேளையில் தான் அவளுக்கு
நினைவு வந்தது இரண்டு நாட்களுக்கு
முன்பு அவளின் எதிர்காலம்
பாதையை அவளின் தோழி
கல்லூரியின் பக்கமாய் திருப்பி
விட்டிருந்தாள்..

கடமையாய் செய்த காரியத்தால்
இவளுக்கு வேலை கல்லூரியில்
பேராசிரியராக கிடைத்திருந்தது...

பழைய பாதையை சற்றே தள்ளி
வைக்க வேண்டும்,, புதிய பாதையில்
தன்னை பொருத்திக்
கொள்ளவேண்டும்,,
இவை இரண்டும் ஒரே சமயத்தில்
அவள் வாழ்வில் நிறைவேறி
இருந்தது..
கண்களை மூடிக் கொண்டாள்..

ஒரு வாரம் பறிபோன பணியை
எண்ணி அவள் கிறங்கிப்
போயிருந்தாள்..

எங்கும் ஒரே பயம் ஒரு வாரத்திற்கு
பிறகு முதல் நாள் கல்லூரி
பேராசிரியையாக தன்னை
மாற்றிக்கொண்டு புடவையும்
புத்தகமாக தன் கல்லூரி வாழ்க்கையை
நோக்கி புறப்பட்டாலானாள்.....
முதல் நான்கு நாட்கள் ஏனோ யாரை
பார்த்தாலும் பயம்...

திக்குத் தெரியாத காட்டில் திசை
மாறிய பறவையாய்,,
அவளின் வகுப்பறைக்குள் தன்னை
ஒரு பல்லியை போல தன்னுடைய
இருக்கையில் பதித் திருந்தாள்.....

புது இடம்,, புது மனிதர்கள்,,
எதிர்பாராத பணி,, தனிமை என்று
அவளின் மனநிலை சற்று குழப்பமாக
இருந்தது....

ஒவ்வொரு சூழ்நிலையிலும்
அவளுடைய தோழி அவளுக்கு
உறுதுணையாக இருந்தால் இவ்வாறு
நாட்கள் கழிந்தன...

எதிர்பாராமல் கடந்த நாட்களில்
அவளின் அந்த வகுப்பறையில்
மாணவர்களை பார்த்து இனி
இவர்களுடன் தான் தன்னுடைய
பயணம் இனி வரும் நேரத்தை
இவர்களுடைய செலவிட வேண்டும்
இவர்கள் உடனே இருக்க வேண்டும்
என்று எண்ணினாள்...
உண்மையில் சொல்லப்போனால்
அதிக வாய்பேசும் விவரம் அறியாத
குழந்தைகள் அவர்கள்....

எதிர்கால பயமே அறியாத,,,, நிகழ்கால
சூழலை புரிந்து கொள்ள முடியாத
இளம் பிஞ்சுகள்...
அவளால் முடிந்தவரை
அக்குழந்தைகளுக்கு ஏதாவது
செய்துவிட வேண்டும் என்ற
நோக்கிலும் தன்னை தானே புரிந்து
கொள்ள அவர்கள் முயற்சிக்க
வேண்டும் என்பது அவளின்
சிந்தனையாக இருந்தது..
பள்ளி முடிந்து வீடு திரும்பும்
குழந்தைகளுக்காக காத்திருக்கும்
தாயை போல அவள் அவளுடைய
குழந்தைகளுக்காக காத்துக்
கொண்டிருக்கிறாள்...

இனிவரும் காலங்களில் அவள்
அவளுடைய கடந்தகால கனவுக்கு
முற்றுப்புள்ளி வைத்து,, ஆசிரியர்
பணிக்கு தன்னைத் தானே
அர்ப்பணித்துக் கொள்ள
விரும்புகிறாள்...

வாசனை மாறாத வண்ண மலர்கள்..
அந்தக் குழந்தைகள்,,
வலியை மறைக்க அவள்
அவர்களோடு சுற்றி தெரிந்தால்
கடைசியில் அவள் ஒரு புன்னகை
தேசமானாள்..
ஆம் அவள் தோட்டத்தில் இன்று
அத்துணை மலர்கள் குழந்தைகளாய்
பூத்துக் குலுங்கிக்
கொண்டிருக்கின்றன...

ஆ.சத்யா
(கண்ணன் மீரா)

கவி மயில் 💙

என் நீண்ட இராப்பொழுதில்
சட்டென்று நான் எழுந்து விட இன்று
நாள் நான்கு சுவற்றுக்குள் இல்லை...

மொட்டை மாடியில் சுதந்திரக்
காற்றில் அந்தி மாலையில் நான் கண்ட
சிவந்த வானம், நள்ளிரவில் ஏனோ
நீலமானது.
என் கற்பனையும் நீளமாகதே!
அந்த வான போர்வையை அப்படியே
எடுத்து போர்த்தி கொள்கிறேன்...

நான் மட்டும் என்ன? என்று இந்த
பச்சை படலங்களும் என்னை
ஆரத்தழுவிக் கொண்டன...
பாசான்களாய், என்னை பாசாங்கு
செய்கின்றதே...

கும்மென்ற இருளில் நான் ஒளிந்து
விட வெண்ணிற ஒளி என்னை காட்டிக்
கொடுத்திட்டதே?

அதோ அதோ என்னை கடந்து பறந்து
செல்கின்றது இந்த மயிலிறகு என்ன
வண்ணம் அது?

தொகைக்கும் உயிர் கொடுத்து
விட்டதே?
கண்கள் அங்கே அலைபாய்கின்றன..
அது என்னவளின் பிம்பமாய், கானல்
நீராய்,, வெண்ணிற தேவதையே!
கவிமயிலே!
இந்த நெடுஞ்சாலையில் உன்னை
தேடி என் நீண்ட தூர நடை பயணம்.....

~குழலி

தேடலில் அவளும் நானும் 🖤

எங்கள் காதலின் வயது இன்றுடன்
ஏழு மாதம்...

இந்த ஏழு மாதத்தில் எத்துணை
எத்துணை மாற்றங்கள்,
விடிய விடிய பேசி;விடிந்தது கூட
தெரியாமல் பேசி மகிழ்ந்த நாட்கள்...

புகைப்படங்கள் பதிந்த உடனே
ஒருவருக்கொருவர் பரிமாறிக்
கொண்ட தருணங்கள்....

உன் குரல் அறிய வேண்டும் என்று உன்
வீட்டு தொலைபேசிக்கு தொடர்பு
கொண்டு, உன் தந்தையின் குரல்
கேட்டு தொடர்பை துண்டித்தது..

எதிர்காலம் குறித்த பேச்சுகள் நம்
காதலை உன் தாயாரிடம் பகிர்ந்து உன்
நட்பு இடம் நான் வாங்கிய பூசை உன்
சகோதரன் ஒரு புறம், உன்னை தேடி
உன் வீட்டு வாசல் படி ஏறி, உன்னை
காணாமல் திரும்பியது..
உன் வேலை உன்னை கட்டி இழுக்க ;

ஆனாலும் நீ என் பக்கமே சாய்ந்து
கொண்டாய்...

இவை யாவும் கடந்து நம் காதல்
நகர்ந்தது..
இவையாவும் மறக்க முடியுமா?
ஆனால் இன்று எல்லாம் யாரோ
களவாடிய பொழுதுகள் ஆய் மாறியது
ஏன்?

முகம் அறியாமலும் முகவரி
தெரியாமலும், இருந்தாலும் ஒருவரை
ஒருவர் நேசித்தது எல்லாம் இன்றும்
உயிருக்குள் ஒளிக்கின்றதே!

காணாமல் போய் விட்டோம் -ஆனால்
இன்றும் ஒருவரை ஒருவர் தேடிக்
கொண்டே தான் அலைகின்றோம்
அகதிகளாய்...

உன்னை என்னிலும்,
என்னை உன்னிலும்,
நம் தேடல் என்றும் தொடர்ந்து
கொண்டேயிருக்கும்..
தேடல் இனிமையானது..!

~ஆ. சத்யா

பிரிவின் வலியில் நான் 🖤

நான் உயிரற்ற உடலாக;
தடுமாறி தடம் மாறி நிற்கின்றேன்...
வாழ்விற்கும் சாவிற்கும் இடைப்பட்ட
போராட்டத்தின் நடுவில்,, ஒரு
ஈனப்பிறவியாய் நான்...
முகையின் நடுவே ரணமாய் உன்
நினைவுகள்...
என் காதலுக்கு மட்டும் ஏன் முகமும்
அறியாத; முகவரியும் தெரியாத;
விலாசமில்லா வினாவாகிய தேனோ?
அவள் எங்கே! அவள் எங்கே? என்று
நீண்ட தூரம் நடைபயணமாய்
திரிகின்றேன் நான்!

செ்ன்று விடு நாள் விலகிவிட்டேன் ❤

நித்தமும் உன் சுவாசம் அறிகின்றேன்....
உன் வாசனையை
நுகர்கின்றேன்..ஆனால் உன் குரல் தான்
என் செவியை எட்டவில்லை...
உன் மௌனத்தின் அர்த்தம்
புரிகின்றேன்..
என் பார்வையின் அர்த்தம் உனை
வந்து சேரவில்லை...
இதில் உன்னை கூட்டி சென்று;
வீட்டில் அனுமதி பெற்று; நடக்காத
ஒன்றை எண்ணி ஏனடி நடுத்தெருவில்
போராட்டம் நடத்துகின்றாய்..
சென்று விடு என் விதியே;
உயிரற்ற உடலாக...

எங்கள் காதல் ❤

எங்கள் காதல் மிகவும்
சுவாரஸ்யமானது...
தினமும் குறுந்தகவலில் வாழும்
அளவிற்கு தொலைதூர காதலும்
அல்ல; அவள் என் தொடும்
தூரத்திலும் அல்ல; என்றாவது ஒருநாள்
தொலைபேசி உரையாடல்?
அதனை பதிவு செய்து கேட்டு மகிழும்
குறும்புத்தனம்...
நேரில் பார்ப்பது என்பது நிச்சயமில்லா
ஒன்று ;
என்றோ பார்த்த ஞாபகம், ஐந்தே
நிமிடம் தோழியாய் உரையாடிய
பொழுதுகள்.... இப்போது நினைத்தால்
முகத்தை மறைத்துக்கொண்டு
புன்னகை;
எங்கள் காதலை யாருக்கும்
சொல்லவில்லை ஏன் நாங்களே
பரிமாறிக் கொள்ளவில்லை....

ஆனால் நித்தம் ஒரு காட்சியில்
இருவரும் சுவாசிக்கின்றோம்...
திரவியின் குழலியாக; கூர்ந்து
படிக்காதீர்கள்..
பின்பு நீங்களும் எங்களைப் போல
கற்பனையில் காதல் செய்ய
தொடங்கிவிடுவீர்கள்..
கற்பனையின் காதலிகள் நாங்கள்..!!

நிழலின் நிஜங்களாய் ❤

கற்பனைக்கு உயிர் கொடுத்து வாழும்
நிழலின் நிஜங்கள் நாங்கள்...

ஒருமுறை காதலிப்போம் வா
என்றாள்... பிடித்துப் போனது,,
பிரிந்து விட்டோம்... இன்றைய தகவல்
இன்னும் ஒருமாத ஊரடங்காம்...
மறுபடியும் நாட்குறிப்பில் ஒவ்வொரு
நாளாக அடிக்கடி தொடங்கி
விட்டேனடி...
உன்னை நினைக்காத வரம் வேண்டி;
ஆண்டவனும் எனக்கு துரோகம்
செய்ய;
மீண்டும் ஒரு திங்கள்
நிழலின் நிஜமாக வாழ்வோம் வா?

கல்யாணமாம் கல்யாணம் 🖤

இங்கே இவர்கள் வகுத்த
விதிகளுக்குள்ளும்,, எழுதிய
சாஸ்திரங்களுக்கும்,, அப்படியே
அடங்கி ஓட்டிவிட முடியாது...

கற்புக் கோட்பாடு முக்கியம்தான்
ஆனால் அதற்காக குண்டு சட்டிக்குள்
மட்டுமே குதிரை ஓட்டிக்
கொண்டிருக்க முடியாது...

ஒரு நாள் கூத்துக்கு மீசையை சிரைத்து
கொள்வதா?

எங்கள் பெயரை வைக்க நீங்கள் யார்? 🖤

யார் எழுத காத்திருக்கின்றன இந்த
வெள்ளை தாட்கள்..
ஏன்? ஏன்? அவள் ஒரு கன்னி கழியாத
தாசி அவனால் தான் அவள் தாசியாக?

கன்னிப் பெண்மை; வேலை தேடிய
படலம் சுமங்கலியாக விதவை
முதிர்கன்னி காதல் திருமணம்,,
விதவைக்கோலம் அனாதை!
அப்பாடா போதுமடா எங்களுக்கான
பெயர்....

அவள் இதழில் நான் எழுத்தாளன் ♥

குற்றமில்லாத என் கூர்முனை
கேட்கின்றது உன் காதலியிடம்
எப்போது என்னை அடையாளம்
காட்டுவாய் என்று?
நான் கூறினேன்!
உன் காம கணைகளை காகிதத்தின் மீது
மட்டுமே வீசிவிடு...

என் இதழ்கள் ஏற்கனவே அவளிடம்
எழுத்தாளன் என்ற பெயர் பெற்று
விட்டன என்று!

அவளிடம் மட்டுமே எழுத்தாளன்
என்ற கர்வம் எனக்கு...

என் தனிமை 🖤

முதல் முறை இந்த தனிமை என்னை
ஆர்ப்பரிக்கின்றது...
ஆரவாரம் செய்கின்றது...

என்னை எனக்கே அறிமுகம்
செய்கின்றது...

எனக்குள்ளேயே ஓடி ஒளிந்து கொண்டு
கண்ணாமூச்சி ஆடுகிறது...

நான்கு சுவற்றுக்குள் தாளிட்டு
வைக்கின்றது...
என் குவளைத் தேநீரில் இன்று எறும்பு
படலம்...

என் காகிதம் வெள்ளையாகவே,,, என்
பேனாவின் மையும் அப்படியே ;

என்னை சுற்றிய புத்தகங்களின்
நடுவில்;
நான்!

ஏன் இந்த தனிமை என்னை இப்படி
அந்த நிலைக்கு தள்ளி இருக்கிறது
என்றுதான் தெரியவில்லை...

ஓவியன் 🖤

பெண்மை என்பதொரு ஓவியம்
அதனைச் சரியாக கையாளாத்
தெரிந்தவனே சிறந்த
ஓவியனாகிறான்...

ஆம் என் ஒரு ஓவியம் அதனால்
தானோ என் உடலில் எத்தனையோ
வண்ணங்கள்....

அவளும் அவளும் 🖤

இதயங்கள் ஒன்றுபட்டு பின்பு
இணைய தொடர்பு எதற்கு? என்று
இணையத்தை துண்டித்து
விட்டாயோ?
உன் நிழலை கூட நெருங்க
முடியவில்லை...
உரிமை இருந்தும் அதை அழிக்க
இயலாத திருந்திய கல்வன் ஆகிறேன்
நான்!
நமக்கே தெரியாமல் நம்மை யாரோ
வாடகைக்கு எடுத்துக் கொள்ள!
என்ன செய்வது? ஒருமுறை ஒரு முறை
வாழ்வோம் வா!
கற்பனையிலாவது நம்மை நாமாக
அடையாளம் காட்டிக் கொள்வோம்
வா!...

என் பட்டயத்தின் சாயல் ❤

அவள்
என் இரண்டாம் கருவறை என் மிகச்
சிறந்த புத்தகம் என் எழுதுகோல்லின்
மை என் கோடிட்ட எழுத்து
பிரபஞ்சத்தின் நிகர் கன்னதின் குழி
என் கருவின் உயிர் இரு
புருவத்துக்குமிடைப்பட்ட மையம்
தாயுமானவள் என்னை ஆட்கொள்ளும்
தோழமை என் கற்பனைக்கு உயிர்
காதலின் பிம்பம் என் பட்டயத்தின்
சாயல்...

நதிநீரில் உடையும் நிலா ❤

நானோ திரவியமாய்
சமவெளியெங்கும் பற்றிப் படர;
என்னுள்
கலந்திட்ட சூழல் தான்
குழலியானவள்....

நீல வானமானது கரு வானங்களாய்
நிறம் மாறா மேகங்கள்
ஒன்றோடொன்று கட்டியணைக்க ;
அணைப்பின் மோகம் தாங்காமல்
எங்கோ ஓடி ஒளிந்து கொள்கிறது அந்த
நிலா!

இரு புருவத்துக்குமிடைப்பட்ட மைய
சூழலில் அவளை நான் பிணையம்
வைக்க ;கண்கள் நான்கும்
அலைமோதுகிறது...

அலை உரசிய கால்களில் ஈர மணலும்
நண்டின் பிடியுமாய் மாறி ;
நொடிகள் யுகங்களாய் உருவெடுக்க;
வந்த பாதையை சிந்தை மறந்து அலை
அலையாய் வந்து சுற்றுகிறேன்...

என் வேதத்தில் உடைந்த ஓடங்களும்
கொந்தளித்த நீரும்; அணையை
உடைத்தெரிய ; பித்தனாய் நான்
அலையும் நொடியில்...

மேகம் திறந்து ஒளிந்திருந்த என்னவள்
என் மேல் விழுந்து என்னை பார்த்து
நகைக்கிறாள்...

நானும் மூடன் என்னுள் இருந்தது
தெரியாது நகைப்பில் அவளை இறுக
அணைத்து கொள்கின்றேன்....

அவள் ❤

மாங்கல்யம் இல்லை ஆனால் அவள்
அவனுக்கு மனைவி...

நெற்றியில் குங்குமம் இல்லை ஆனால்
மதம் ஒரு முறை சடங்கு

அவள் கற்பிழந்தவள் என்றார்கள்
ஆனால் அவளே ஒரு கன்னி ...

நாடக மேடையில் கதாநாயகன்
இல்லை ஆனால் திருவிழாக்
கோலமாய் நிகழும் நாடகம்...

அதோ அதோ இடுப்பை பிடித்துக்
கொண்டு வலம் வருகிறாள் அந்த
பேதை...

தா(சி) 🖤

அந்த விலைமாதிக்கு இன்றுதான்
விடுமுறை!

இன்று அவள் வீட்டில் விளக்கு
எரியும்..
அவள் ஆடை கலையாது...

கண்களில் ஈரம் கசியாது...
கட்டில் ஆடாது...
உதிரம் கெடாது...
பூ உதிராது...
பாவாடை நாடா அவிழாது...
ஆம் இன்று அவளுக்கு விடுமுறை...

சூர்முனை ❤

இங்கே செய்யாத தவறை சொல்லி
சொல்லியே....

கூர் குத்தி; குருதி சிந்த வைத்து
நித்தமும் குற்றவாளிக் கூண்டில் நிற்க
வைத்து விடுகின்றன சில அதிகார
மிருகங்கள்....

நானும் பேனாவும் ❤

கூர்க் குத்தி குருதி சிந்திய
குற்றமில்லாத கூர்முனையே!

உன்னை பிடித்தெழுத நான்னென்ன
தவம் செய்தேனோ!

அண்டங்கள் விற்பனைக்கா?

உங்கள் விந்துக்களை இங்கே
விற்பனை செய்யாதீர்கள்...

நாங்கள் ஒன்றும் விற்பனைக் கூடங்கள்
அல்ல..

துணையில்லாத அண்டத்தில்
உறுப்பை விட துடிக்கும் ஒவ்வொரு
ஆண் மகனுக்கும்..

காதலை கொடுப்பதென்றால் இதயம்
நிரப்பிடும் காதலை மாத்திரமே
ஆத்மார்த்தமாக கொடு மனம் நிறைய
மொத்தமாக கிடைக்கட்டும் அவள்
இச்சையை கொட்டித் தீர்த்துவிடும்
குப்பைதொட்டியல்ல அவள்...

இந்திரியத்துளியின்
வெளியேற்றத்தோடு... ஆணின்
இச்சை முடிகிறது... பெண்ணுக்கான
இம்சை தொடங்குகிறது... சதை
பிண்டமாக...

துக்கம் துறத்தும் போதெல்லாம் உன்
மடி சாய வந்த அவளை ; உன்
சுரப்புக்காக அவளை அணைத்து
விட்டு விட்டு விட்டாய்....

அரிப்பு அடங்கிய தீர்ப்பு
தொடங்கியது...
அவளின் கருத்த மேனி காமம் சற்று
கண் சுருள்முடி கொண்ட இன்பத்தின்
விரிசல் விழுகிறது மோகம்...

வேகம் எடுக்கிறது ஆண்மை
புத்துணர்ச்சி பிறக்க உணர்ச்சியே
தொடர்கின்றான்....

சத்தம் போட்டவள் சமாதி நிலை
அடைந்தாள் ஆம் இது ஒரு
மௌனத்தின் சமாதி....

தேகம் தீண்டி கலவி செய்து கண்ணை
மூடிக்கொண்ட அவள் கண்
விழிக்கையில் கர்ப்பவதி ஆயினால்...

அவன் பாவத்திற்கும் இவள் சம்பளம்
பெற்றார் கையில் ஒரு மிரட்சி அவள்
வினாவா? விடையா?

தெளிவில்லா கேள்விகள்; தெளிந்த
வரையும் குழப்பிவிடும்... சில
வினாக்களுக்கு விடை
மறுக்கப்படுகிறது...
சில வினாக்களுக்கு விடை
அளிக்கப்படுகிறது...
சில வினாக்களுக்கு விடை இல்லை...
சில வினாக்களுக்கு மௌனமே
விடை.....

விடை தெரியாத கேள்வியாய் அவள்
விழிகள் விளக்கமளித்த விரும்பாத
அவள் மௌனம் தொடர விரும்பாத
உறவு காரணம் தேடி தோற்ற என்
மனம் வலியுடன் உன் நினைவை
சுமந்து மௌனமாய்....

அவள் அழத் தெரியாதவள் அல்ல ;
கத்தி அழும் பொழுதும் என் அருகில்
யாரும் இல்லாமல் பார்த்துக்
கொள்பவள்...

இயற்கையின் அதிசயம் ❤

வான மேடையில் வண்ண நாட்டியம்...
வானத்தின் பெரும் பகுதியை
நிரப்பிக்கொண்டு மண்ணை நோக்கி
ஒளிக்கற்றை வீசுகின்றாள் வானமகள்...
வனமெங்கும் வானவில்லாய்
வனமகள்....

ஆனந்தம்

ஒவ்வொரு நாளும் நான் எதையோ
செய்வதாக ஓர் ஆனந்தம்....

எதையோ தெரிந்து கொண்டதாக ஓர்
புத்துணர்ச்சி...

முகம் தெரியாத ஒருவரின்
பாராட்டுகள் முகவரி தெரியாத
ஒருவரின் உத்வேகம்...

உன்னால் தான் நான் வளர்கிறேன்
என்ற ஓர் பேதையின் கருத்துக்கள்...

இவையாவும் உள்ளடக்கிய என்
பாதை தொடர்கிறது...

வளர்கிறவள் நான்... ஆனால் என்னை
வளர்ப்பவள் நீ...

உலகத்தையும்; அதன் மொழியையும்
எனக்கு முழுவதுமாய் எடுத்துக்காட்டி;
என்னை எனக்கே அடையாளம் காட்டி
கொடுத்த என் தோழமையே!

என்னை இன்று வந்தடைந்த
பாராட்டுக்கள் என் மூச்சுக் காற்றின்
வழியே உன் பாதத்தை கும்பிட வந்து
கொண்டேயிருக்கும்...

என்றோ ஓர் நாள் நான்கு பேருக்கு என்
முகம் தெரியும் தருவாயில் எனது
முகத்திரை கிழிக்கப்பட்டு என்னுள்ளே
உயிராய் வாழும் உனது நிஜ முகம்
தெரியும்....

விரைவில் நம்மை இவ்வுலகம்
அடையாளம் காண ஆண்டவனை
பிரார்த்திக்கின்றேன்...

காகிதமும் பேனாவும் ❤

என் காகிதமும் பேனாவும் யார்
பெரியவர்கள் என்று சண்டையிட்டுக்
கொண்டிருந்தன...

நான் என்ன என்று வினாவினேன்..
என்னை தொட்டு தொட்டு முத்தம்
இடுகிறான் பேனா என்றாள் காகிதம்...

நான் முத்தமிடவில்லை என்றால்
உனக்கு உயிர் ஏது என்றது பேனா
நீதிபதியானேன் நான்...

ஒருவரை ஒருவர் தீண்டி விட்டு
கற்பனையிலேயே கலவி செய்து
உன்னை கர்ப்பமாக்கி உங்களின்
கருத்துக்களுக்கு வண்ணம் தீட்டும் என்
வார்த்தைகள் பெரியவன் என தீர்ப்பு
வழங்கினேன் நான்...

எழுத்தாளர் என்ற கர்வம் எனக்கு...

காமத்தின் மீது ஆசை வந்தது

என் காதலனுக்கு காதல் மீது ஆசை
வந்தது... என்னை பின் தொடர்ந்தான்...
காமத்தின் மீது ஆசை வந்தது...
என் வீட்டு கதவை தட்டினான்...
கல்யாணத்தின் மீது ஆசை வந்தது...
மணமேடையில் அவன் அருகில்
வேறொருத்தி...

அவள் ஒரு மிகச்சிறந்த பெண்மை 🖤

நான் கண்ட மிகச் சிறந்த பெண்மை நீ...
என் கூர்விரலின் முனைகள் உன் கரு
விழியைக் கண்டு மழுங்கி தான் போய்
விட்டன...

உன் கடைக்கண் பார்வை என்னை
குத்தி குருதி சிந்த தான் வைக்கின்றன...

என் இனிய தீஞ்சுவையே; உன்னை
அள்ளிப் பருகும் காலங்கள் தான்
எப்போதடி?

உன் கூந்தல் ஏறி மணம் பரப்பும்
மல்லிகை ஆகிடுவா?
இல்லை உன் உடல் இளைக்க
கட்டிலில் கசங்கி உன் உயிரை விடவா?

உன் மார்பு சூட்டின் கதகதப்பில்
நுழைந்து திளைத்து தான்
போகிறேனடி...

உன் இரு இடையிடைப்பட்ட
மாங்கனியின் நடுவில் மச்சமாக
பிறந்திட ஆசைப்படுகிறேனடி...

உன்னை மிச்சமில்லாமல் உண்டு
பருகிடத் தான் என் பருவம் ஏங்கித்
தவிக்கிறதடி...

என் ஆண்மையும் பெருகேறுகிறதடி...
இரு மாங்கனி பிளவின் நடுவினில்
மையல் கொள்ளத்தான் ஆசையடி...
அங்கே ஒரு அறை எடுத்து ஆயுள்
முழுவதையும் கழித்திடத்தான்
தோணுதடி....

என் ஆரஞ்சுச் சுளையே; உன்னை சாறு
பிழிந்து அதில் குளிக்கத்தான்
வருகிறேனடி...
என் பெண்மையே;
உன் கூந்தல் களைத்து அதில் ஒளிந்து
கொள்கின்றேன்....

என்ன பெண்மையடி நீ!!
பின்னழகை ரசித்து; உடலோடு உடல்
உரசி; என் கை இறுகப்பற்றி ; உன்
உடலுக்கு என் உடலையே
போர்வையாக்கி காமக்கடலில்
நுழைந்து கலவிக் கால்வாயின் வழியே
உள் நுழைவோம் வா!!

 திரவியின் குழலி

என் வார்த்தைகளின் வழி உன்னை
கற்பனையிலேயே
கர்ப்பவதியாக்குகிறேன் வா!

நான் என் பெண்மையை மறந்து
ஆணுறை கொண்டு வில் அம்போடு
வருகிறேன் உன்னை துளைத்தெடுக்க;
காத்திரு....

நான் மீராவின் கண்ணன் 🖤

காமம்;
உலகின் மிகச்சிறந்த ரகசிய தகவல்...
உடலுக்கு உடலால் அனுப்பப்படும்
ஒரு காதல் பரிமாற்றம்...
ஓர் உலகில் இரு உடல்கள் ஓர் உயிராக;
வேறொரு உயிரை உண்டாக்கும் ஒரு
பள்ளியறை...
ஆடை களைந்து பிறழ் மேனியாக
ஒருவரையொருவர் போர்த்துக்
கொள்ளும் இம்சை போராட்டம்...

ரகசிய தகவல் ❤

நான் ஒரு போதைக்காரன் ஒரு
பேதையின் மீது ;

காதலையும் கடந்த காமத்தோடு
நாட்களையும் பொழுதுகளையும்
கழிப்பவன்...
என் காதல் காமத்தின் மீது;
என்னை பொறுத்தவரையில் காமம்
என்பது மனங்களை தெளிவுபடுத்தி
மூளைக்கு சலவை செய்யும் ஓர் உடல்
சார்ந்த பிணைப்புதான்...

ஆனால் ஏன் அதனை கல்யாணம் என்ற
பெயரில் விற்பனை செய்கிறீர்கள்?
5நிமிடம் ருத்ரதாண்டவம்..
7 நிமிட வியர்வை...
12 நிமிட இளைப்பாறல்... இந்த
நிமிடங்களுக்காகவா?

கழுத்தில் தாலி கட்டிக்கொண்டு ஒரு
வேட்டை நாய்க்கு விருந்தாக
போகிறீர்கள்...

பயணங்கள் ❤

எத்தனையோ பயணங்கள்...
அதில் பல ரயில் பயணங்கள்...
பன்முகம் கொண்ட மனிதர்கள்..
முகமூடியோடு சிலர்;
நகைச்சுவையோடு சிலர்;
வரட்டு கவுரவங்களை ரயில்
கம்பியோடு பிடித்துக் கொண்டு வலர
வருவோர் சிலர் ;
மூக்கைத் துளைக்கும் மல்லி விற்கும்
பெண்;
மூச்சுவிட முடியாத நிலையில் கூட்ட
நெரிசல்; இரவு நேரம் கண்ணை
கொட்டி வரும் உறக்கத்தில் எனக்கு
மட்டும்; காதல் வசனத்தை
ஏந்திக்கொண்டு ரயிலின் வேகத்தை
முந்தியடித்துக் கொண்டு; ஒரு
குறுந்தகவல்!
என் செல்லிடப்பேசியை
வந்தடைந்தது...!

பல காதலை மறுத்து சிவப்புக்
கொடியை அசைத்த நான்! முதன்
முதலாக அந்த காதலுக்கு பச்சைகொடி
இரண்டே நிமிடத்தில் அனுப்பி
வைத்தேன்...

தாயின் கர்ப்பம் போல மூன்று மாத
காலம் என் காதலை வளர்த்தேன்....
அவளின் முகம் பார்த்து
ரசித்ததில்லை..
அருகில் நின்று அவளின் வாசனை
நுகர்ந்ததில்லை... ஆனால் அவள் என்
காதலி...
முதல் காதல் என்பதால் எங்கு
தொடங்கி எங்கு முடிக்க வேண்டும்
என்று தெரியவில்லை...

ஆதியாகவும்; அந்தமாகமும்
தவித்தேன்...

கண்ணனின் மீரா 🖤

முகம் தெரியாமல் முகவரி தந்த என்
மீரா...
என் காதலி அவளைக் காணவில்லை..
கண்டுபிடித்து தாருங்கள்...
என் நிழலோடு உறவாடி நிஜமாக
கலந்து என் முகம் காட்டி அவள்
முகமூடியோடு தொலைந்து
போனாள்...
என் புல்லாங்குழலின் ஓசைகள் கூட
அவளின் செவிகளுக்கு மட்டுமே
விருந்தாகின்றன...
என் மயிலிறகுகள் கூட சற்றே
இரவலாக அவரிடம் தான்
செல்கின்றன...
என் காதலியை கண்டால் அங்கே
புல்லாங்குழலுடன் ஒருவன் உன்னை
தேடி அலைகின்றான் என்று
சொல்லிவிட்டுப் போங்கள்
கொஞ்சம்...

அவளை கட்டியணைக்க
காத்திருப்போர்... பட்டியலில் நானே
முதல் முகவரானேன்...
என் விரல் ரேகைகள் அவள் நாடியைப்
பற்றி பிடித்துக் கொண்டன...
பொங்கிய உணர்ச்சியும்;
ஓங்கிய காமமும் அவளோடு என்னை
காம தீயில் புகுத்து விட்டன...
இரு தாடையின் நடுவே ஆரஞ்சு
சுழையாய்;
இரு தொடை நடுவே மாங்கனி
பிலவாய்; அச்சோ அவளை விட்டு
விட்டேன்..
இரு கரங்களால் முகத்தை
மூடிக்கொண்டாள்...
மாங்கனிகளை பிடித்து மேலெழும்ப
ஆசைப்பட்டேன் பிழியாமலே சாறு
வழிந்து அங்கே சுவற்றில் பள்ளியே
உச் கொட்டியது..

ஆம் கட்டிலின்மேல் இச் என்ற சத்தம்...
விரித்த பாயும் படுத்த படுக்கையும்
கூட எங்கள் கதையை கதைக்கின்றன;
கண் மூடியவாறே;
நான் எழுத்தாளன் என உணர்ந்தேன்
அவன் முதுகில் என் இதழால் எழுதிய
பொழுது....
ஓவியனானேன்;
இடையறை ஓரம் நாக்கால்
நாட்டியமாடிய போது;
ஒரு கை தள்ள; மறுக்கை இழுக்க;
என்னிடம் அவள் பட்ட பாடு;
அந்த பால் இல்லாத பாத்திரம் என்
பசியைத் தீர்க்கிறதே..
உடைந்த அணைக்கட்டை அடைக்க
மறந்து அணைத்து தான் விட்டேன்..
மாறாக பற்களும் கூலி கேட்டன;
அதன் சுவடுகள் கொங்கைகளின் மீது...

அவள் அங்குல் வழியே என்
ஆணாதிக்கம் பாய ;
என் பெண்மைக்கே மெருகேற்றி
விட்டாள்; பிறந்த மேனியில் அவள்;
முற்றும் துறந்த நிலையில் நான்;
மாறி மாறி விளையாடியதில் கட்டில்
சாய;
என் பாரம் அவள் தாங்கிக்
கொண்டாள்; கண் விழித்துப்
பார்க்கிறேன்;
அவளைக் காணவில்லை;
தகவல் தெரிந்தால் சொல்லி
அனுப்புங்கள் குழலோடு ஒருவன்
உனக்காக காத்துக் கொண்டிருக்கிறான்
என்று....

அவள் கண்களில் காமம்
விளையாடுகிறது...
உடன் நானும் சேர்ந்து கொண்டேன்...
உள்ளங்கை முதல் பாதம் வரை
முத்தமிட்டேன் இடையிடையில் சிறு
கடி கடித்தேன்...
இறுகப்பற்றி கட்டி அணைத்தேன்...
காதோரம் செல்ல கடி;
எச்சிலால் ஒரு சிறு ஒத்தடம்;
மாங்கனி விளையாட்டு தொடங்கும்
முன்பே தொப்புள் வலி ஒரு பயணம்...
அங்கேயே உரையாடலாம் என்றால்
கீழ் ஒரு பள்ளத்தாக்கு ;
என்னைக் கண்டதுமே
இழுத்துச்சென்று விட்டது...
அடர்ந்த காடு; கரு நீற கூந்தல் மயம்;
ஓடை சிறுவாய் ஓடுகிறது;
அங்கே மாட்டிக்கொண்டேன் மேல்
எழும்ப முடியயவில்லை;
மேல் எழும்பும் முயற்சியும் நான்
செய்யவில்லை;
ஆம் அதொரு பள்ளத்தாக்கு...

 திரவியின் குழலி

எழுத்தாளன் ♥

குற்றமில்லாத என் கூர்முனை
கேட்கின்றது... உன் காதலிடம்
எப்போது என்னை ஒரு
எழுதுகோலாய் அடையாளம்
காட்டுவாய் என்று கேட்டது??
நான் கூறினேன் உன் காம கணைகளை
காகிதத்தின் மீது மட்டுமே வீசி விடு..
என் இதழ்கள் ஏற்கனவே என்
காதலியிடம் எழுத்தாளன் என்ற பெயர்
பெற்றுவிட்டன என்று கூறி வந்தேன்..
அவளிடம் மட்டுமே எழுத்தாளன்
என்ற கர்வம் எனக்கு...

பிடித்துப் போனது பிரிந்து விட்டோம் 🖤

நாங்கள்....
கற்பனைக்கு உயிர் கொடுத்து வாழும்
நிழலின் நிஜங்கள் நாங்கள்...
ஒருமுறை காதலிப்போம் வா
என்றாள்...
காதலித்தோம்... பிடித்துப்போனது
அதனால்தானோ பிரிந்துவிட்டோம்...
உன்னை நினைத்து நினைத்து என்
நிகழ்காலமும் கரைகிறதே....
உன்னை பார்க்க போகும் அந்த
நொடிக்காக தான்
காத்துக்கொண்டிருக்கி றேனடி..
இன்றைய தகவல் இன்னும் ஒருமாத
ஊரடங்காம்...
மறுபடியும் நாட்குறிப்பில் ஒவ்வொரு
நாளாக அடிக்க தொடங்கி
விட்டேனடி...
உன்னை நினைக்க கூடாது என்ற வரம்
வேண்டி ஆண்டவனிடம்
நிற்கிறேன்...ஆனால் அவரும் எனக்கு
துரோகம் செய்கிறார்...
மீண்டும் ஒரு திங்கள் கற்பனை
காதலர்களாக வாழ்வோம் வா....
கற்பனையின் காதலி நான்......

நாங்கள் இருக்கிறோம் ♥

கண்ணன் மீரா...
இவர்கள் சிலையாக
பார்க்கப்படலாம்... புராணங்களில்
இதிகாசங்களில் தெய்வமாக
போற்றபடலாம்..
ஆனால் இந்த கற்பனைகளுக்கு உயிர்
கொடுத்து அரிதாரம் பூசி,,,, இந்த
உடலில் எங்கள் உயிர் பூட்டி,,
நிழலுக்கு நிஜம் தருபவர்கள் நாங்கள்
தான்...
விரைவில் எங்களை எங்களிடமே
சேர்த்துவிடுங்கள்... சிலையாக
தாருங்கள்...
அவர்களுக்கு உயிர் கொடுக்க நாங்கள்
இருக்கிறோம்...

தனிமை

கொஞ்சம் தனிமை
தேவைப்படுகிறது...
கொஞ்சம் இடைவெளி தேவை...
கொஞ்சம் காபி,,, அதீத பயணம்..
மழையின் துளி,,,, கொஞ்சம் குளிர்...
ரயில் சினேகம் என்று இந்த
விடுமுறையை கழிக்கப் போகிறேன்....
சற்றே கொஞ்சம் தூரமாய்
செல்கிறேன்...

பிழை 🖤

நான் மிகவும் சரியாக செய்த ஒரே
தவறு இவன்தான்...
ஒரே அழைப்பில் என்னை
ஆட்கொண்டு விட்டான்...
என் பேரிம்சைகாரனவன்... என்
உயிருக்குள் ஏனோ ஓடி
விளையாடுகிறான்...
என் காதல் அவன்... உயிருக்கும்
மேலானவன்...

தீராதாகன் ❤

இந்த முறை அவனை சந்தித்த
பொழுதுகள் அப்படியே
உரைப்பனியாய் என்னுள் உரைகிறது...
இன்னமும் அந்த தாக்கம்
குறையவில்லை... என்னுடைய
அனைத்து வேலைகளையும்
அப்படியே போட்டுவிட்டு அவனோடு
நேரத்தை செலவிட்டேன்...
அவனும் அப்படித்தான்...
என்னுடைய செல்போன் எங்கே
கிடந்தது என்று கூட எனக்கு
தெரியவில்லை..
அவன் மாயக்காரன் உள்ளே நுழைந்து
கொண்டு என்னை தேட வைத்து
விட்டான்...
குழந்தை அவன்..
பெரிய சுட்டி..
மழலை..

சிரிப்புக்காரன்... பொறுமைசாலி...
அதேசமயம் கோபக்காரன்... அதிக
திமிர் அதீத காதல் கொண்டவன்...
பேரிம்சையானவன்...
அவனோட கடந்த ஒவ்வொரு
நொடியும் மறக்க முடியாதவை...
அவன் என்னை எனக்கே புதிதாய்
அடையாளம் காட்டுகின்றான்...
தீராதாகன்..
இமை மூடிய கண்ணுக்குள் விழும்
கற்பனையாவன்...
என் போர்வைக்கு சொந்தக்காரன்
அவன்...
என் தேடலின் முடிவு.... அவன்
என்னுடைய காதலின் அர்த்தம்...
அவனை விட்டு பிரிகையில் மட்டும்
ஏனோ என் கண்ணீர் நீர்ப்படலம்...
என்னோட ஒட்டு மொத்த
சந்தோஷமும் அவன் மட்டும் தான்...

நடுக்கங்கள் ❤

இன்னைக்கு நிறைய எழுதணும் என்று
நினைச்சேன்...
ஆனால் என்னவோ கை நடுக்கம்
ஆயிடுச்சு...
மனசும் அறிவும் ஒன்று சேர்ந்து
போராட்டம் நடத்துகிறது எனக்குள்...
என்னை எனக்கே தெரியாமல்
வாடகைக்கு எடுத்துக் கொண்டு,,,,
என்னை எங்கோ பயணிக்க ஆணை
எடுக்கிறது....
என்னவோ
இன்று எனது மாலை நேர பேருந்து
பயணம் தொடர இருக்கிறது...

ஒற்றைப் பார்வையில் ❤

அவளின் கூந்தல் இருட்டினில் என்
ஆயுள் முழுவதையும் நான்
தொலைத்து அவளின் அன்பால் நான்
மிகவும் உண்மையான காதலுடன்
அவளுக்காக காலம் முழுவதும்
காத்துக்கொண்டிருக்கி றேன்....
உண்மையான அன்பில் அவளும்
நானும்.. அவளின் அன்பிற்காக
விளக்கத்தைத் தேடி நான் தொலைந்து
கொண்டிருக்கின்றேன்...